தனிமையின் தூரிகை

நந்தினி தேவி

என் திறமையை வெளிக்கொணர வேண்டி என்னை ஊக்குவித்த என் பெற்றோர்களுக்கும்

என் நண்பர்களுக்கும் சமர்ப்பணம்.

பொருளடக்கம்

அணிந்துரை

இந்த புத்தகத்தில் இடம்பெற்றுள்ள ஒவ்வொரு கவிதையும் வாழ்கையை சார்ந்த

வேறு வேறு தலைப்பில் இடம் பெற்றிருக்கும்.

மேலும் எளிதில் புரிந்து கொள்ளும் வகையிலேயே இடம்பெற்றிருக்கும்.

முன்னுரை

வணக்கம் வாசகர்களே!!!

இந்த நூல் ஒரு கவிதை தொகுப்பு. இன்றைய கால கட்டத்தில் கவிதை வாசிப்பவர்கள்

மிகவும் குறைவு என்றாலும் கவிதை மீது நான் கொண்ட தீரா காதலால்

இந்நூலை வெளியிடுகிறேன்.....

இது என் முதல் நூல் என்பதால் என் கவிதைகளில் 5 கவிதைகளை மட்டுமே

இந்த தொகுப்பில் வெளியிடுகிறேன்.....வாசகர்கள் இதில் பிழை ஏதும் இருந்தால் மன்னித்துக்கொள்ளவும்.

என்னுடைய சொந்த குரலில் நான் @thanimayin_thoorigai_ என்ற இன்ஸ்டாகிராம் பக்-கத்தில்

கவிதைகளை கூறியுள்ளேன் நீங்கள் விருப்பப்பட்டால் இந்த ஐடியை பின்பற்றி கவிதைகளை

என் குரலில் கேட்கலாம்.

நன்றி

இந்த நூலை நான் உருவாக்க என்னை ஊக்குவித்த என் பெற்றோருக்கும்,

என் நண்பர்களுக்கும்.....

எனது மனமார்ந்த நன்றி!

அத்தியாயம்1

புத்தகம்.....

அறியாத வயதில் நான் அழகிய எழுத்துக்களை அறிந்ததும் உன்-
னால் தான்.

அமுது போன்ற மொழி தமிழ் என நான் உணர்ந்ததும் உன்னால்
தான்.

நான் எழுதுகின்ற கவிதைகள் ஒவ்வொன்றும் நீ கற்று தந்த
பாடங்களே.

பட்டப்படிப்புகள் படித்த பின்னும்.....

புதிதாய் வாங்கிய உன் மணம்.....

அதை என் மனம் விரும்புதே.....

நான் திருப்பிய உன் ஒவ்வொரு பக்கமும்.....

என் வாழ்வில் புதிய திருப்பத்தை தந்ததே.....

நான் விலை கொடுத்து வாங்கிய.....

என் புத்தகமே.....!

அத்தியாயம் 2

அவளும் விடியலும்.....

அழகிய பதுமை அவள்!!!

ஆயிரம் முறை தோற்றுப்போய் ஆயிரத்தொன்றாவது முறை
எழுந்து நின்றாள்.....

அழாதே என்று கூறி அவள் கண்ணீர் துடைக்க அருகில் யாரும்
இல்லை,

அச்சம் என்பது சிறிதும் இன்றி,

வழியும் கண்ணீரை தன் பூ போன்ற மெல்லிய கரங்களால்
துடைத்தாள்.....

சிந்திய கண்ணீர் துளிகள் அனைத்தும் வைரமாய் மின்ன,

தன் மனம் கூறிய திசை நோக்கி நடை போட்டாள்.....

புதியதொரு விடியலை தேடி!

அத்தியாயம்3

பயணம்.....

மனிதன் தேடும் மாற்றங்கள் அனைத்தும்
மண் மீது தவழும் இயற்கையின் வடிவமே!
உன் விழி திறந்து நீ காணும் ஒவ்வொரு விடியலும்,
உன் உயிரினை புதுப்பிக்கும் அற்புதமே!!
சோகம் எனும் சுமை அதை சற்று விலக்கிடவே.....
காற்றோடு காற்றாக கலந்து நகர்ந்திடு.....
கரை உடைத்து செல்லும் வெள்ளம் போல,
உன் மனம் திறந்து நீயும் பயணித்திடு!!!

அத்தியாயம்4

கவிதைக்கு ஒரு கவிதை.....
நான் காண இயலா நிஜங்களின் கனவு நீ!
அந்த கனவெனும் ஆழ்கடலின்.....
பிரதிபிம்பம் நீ!
நான் காற்றோடு கதை பேச காரணம் நீ!
என் வாழ்க்கை எனும் காகிதத்தில் பூக்கும்.....
கவிதை எனும் மலர்வனம் நீயே!

அத்தியாயம்5

மாற்றம்.....

மாற்றங்கள் யாவையும் மாற்றுவதென்பது,

முடியாத ஒன்று.....!

மாறிய யாவையும் ஏற்றுக்கொண்டு,

மனம் விரும்பிய திசை நோக்கி,

பயணிக்க தொடங்கு,

உன் புதிய பாதையில்.....!

www.ingramcontent.com/pod-product-compliance
Lightning Source LLC
Chambersburg PA
CBHW030239150726
47988CB00021B/3405